मनापासून मनातले

गोविंद अनंत कुळकर्णी

#AnyoneCanPublish with

सकाळ प्रकाशन

Manapasoon Manatale
© Govind Anant Kulkarni, 2025

मनापासून मनातले
© गोविंद अनंत कुळकर्णी, २०२५

प्रथम आवृत्ती	: फेब्रुवारी २०२५
प्रकाशक	: सकाळ मीडिया प्रा. लि.
	५१५, बुधवार पेठ, पुणे-४११ ००२
मुखपृष्ठ, मांडणी आणि मुद्रितशोधन	: सारद मजकूर, पुणे
मुद्रणस्थळ	: विकास प्रिंटिंग ऑण्ड कॅरिअर्स प्रा. लि.
	प्लॉट नं. ३२, एमआयडीसी, सातपूर, नाशिक
ISBN	: 978-93-48048-95-0
अधिक माहितीसाठी	: ०२०-२४४० ५६७८ / ८८८८८४९०५०
	sakalprakashan@esakal.com

Disclaimer :
Although the author has taken every effort to ensure that the information in this book was correct at the time of printing, the author and publisher do not assume and hereby disclaim any liability to any party, society for any loss, damage, or disruption caused by errors or omissions, whether such errors and omissions are caused due to negligence, accident, amendment in Act, Rules, Bye laws or any other cause. The views expressed in this book are those of the Authors and do not necessarily reflect the views of the Publishers.

'मनापासून मनातले' हा काव्यसंग्रह
माझी पत्नी सौ. राधिका
कन्या चि. सौ. कविता
जामात चि. श्री. संतोष रामचंद्र निमकर
पुत्र चि. श्री. गौरीनंदन
स्नुषा चि. सौ. मृदुला
नातवंडे चि. शमा, चि. सौरभ आणि चि. सानिका यांस
प्रेमपूर्वक अर्पण...

मनोगत

कविता म्हणजे मनात येणाऱ्या भावानुभावांची, विचारांची प्रतीबिंबे होत. 'व्यक्ती तितक्या प्रकृती' या न्यायाने सगळ्यांना ही प्रतिबिंबे भावतीलच असे नाही ; तरीही समानधर्मा व्यक्तीला ती भावतीलच, या विश्वासाने कविता छापाव्यात असे वाटते.

मनात विविध वेळी, विविध प्रसंगी, वेगवेगळ्या परिस्थितीत जेव्हा जेव्हा विचारचक्रे सुरू असत, तेव्हा तेव्हा एखादी भावना वा विचार प्रबळ होई. त्यावेळी तो एखाद्या कागद कपट्यांवर लिहून काढत असे आणि ठेवून देत असे. ते सगळे कागद-कपटे गोळा केले आणि त्रयस्थ्याच्या भूमिकेतून पाहत ज्या शब्दरचना भावल्या त्या नीट लिहून काढल्या. त्यात योग्य ती दुरुस्ती करून त्या पुन्हा लिहून काढल्या. त्याच कवितांचा हा संग्रह आहे.

या कविता वाचत असताना जाणवत गेले की, कवितांत 'मन' हा शब्द या ना त्या रूपात वरचेवर येतो आहे. नाती जुळतात मनातून, सौंदर्य भावते मनाला. प्रेम करणे, मैत्री होणे मनातूनच असते. कोणतीही गोष्ट मनापासून केली की ती चांगलीच होते. चांगल्या-वाईटाचा परिणामही मनावरच होत असतो. कल्पना साम्राज्य मनाचेच असते. असा विचार करताना वाटले की, या कवितासंग्रहाला 'मनापासून मनातले' हेच नाव द्यावे.

या कविता वाचताना मनाला विरंगुळा मिळत असे, समाधान मिळत असे. या समाधानातला, आनंदातला थोडा जरी अंश वाचकांपर्यंत पोहोचला, तरी मला आनंद होईल. रसिकांशिवाय कलाकृती साकारली असे होत नाही. म्हणून त्या कविता रसिकांना पुस्तकरूपाने सादर करत आहे.

प्रवासमार्गात कोणी कोणी मागे असतात. काव्य निर्मितीच्या प्रवाहात आपण शेवटला असलो तरी त्यात आहोत, या भावनेनेच मन सुखावते. मानवाच्या भावविश्वात अनंत काळ सामावलेले यच्चयावत प्रतिभावंत कवींचे महाभावविश्व केवढे मोठे, अफाट, अनंतापार! त्या भावविश्वापुढे नतमस्तक होऊन शतशः प्रणाम करतो.

- गोविंद अनंत कुळकर्णी

आभार

पुस्तक बनवण्याच्या विचारात असताना काही नातेवाईक, शाळेतील शिक्षक, जुने शेजारी, मित्र आणि हितचिंतक यांनी माझे काही लेखन वाचले, त्यांना ते आवडले. त्यांच्याकडून लाभलेल्या आपुलकीची, प्रोत्साहनाची आठवण मनात कायम आहे. त्या नुसत्या आठवणीही पुस्तक प्रकाशनाला प्रोत्साहित करत क्रियाशील बनवत आहेत. त्याच जोरावर आजवर दोन पुस्तके प्रकाशित झाली आहेत आणि आणखीन दोन पुस्तके बनवण्याच्या प्रयत्नात होतो आणि ती आता प्रकाशित होत आहेत.

काळानुरूप प्रकाशन व्यवस्था आणि व्यवसाय यावरही प्रतिकूल परिणाम होत गेले. रंजनाची, प्रबोधनाची माध्यमे बदलत, विकसत गेली. सध्याच्या लोक व्यवहारात लोकांना पुस्तके वाचायला वेळ नाही आणि इतर माध्यमांमुळे वाचनाला प्राधान्यही नाही. अशा परिस्थितीत आपली मानसिकताही बदलत गेली आणि मागे मागे राहण्याचा आपला स्वभाव म्हणा, त्यामुळे पुस्तक प्रकाशनाचे हे काम रेंगाळतच गेले. काळ बदलत जातो तशा संकल्पना, विषय, काळाची मागणी बदलत जाते. या परिस्थितीत आपले मागील लिखाण छापायचे का? या विचारात पडलो. कविता व गद्य लेखन वाचताना वाटते, 'वेळेवर खेळ' जरी असले तरी सगळाच काळ अजून मागे पडलेला नाही. या विचारात आणि प्रयत्नांत असताना 'सकाळ' साप्ताहिकात सकाळ प्रकाशनची जाहिरात वाचली आणि हे प्रकाशनाचे काम मनावर घेतले. माझी अनाहूतपणे 'सकाळ' दिवाळी अंकाकरता पाठवलेली कविता 'मिजास' सकाळने स्वीकारली. त्यामुळे माझा हुरूप आणि आत्मविश्वास वाढत होता. त्याबरोबरच 'सकाळ'बद्दल मला आपुलकी वाटायला लागली होती. पुस्तकाचे कामकाज सांभाळणाऱ्या 'सकाळ प्रकाशन'च्या अमृता देसर्डा आणि 'सारद मजकूर'चे अभिजीत सोनावणे आणि ज्योती बागल यांच्याबद्दल आणि उपरोक्त सगळ्यांबद्दल मी कृतज्ञता व्यक्त करतो. धन्यवाद!

– गोविंद अनंत कुळकर्णी

अनुक्रमणिका

लघुकविता

माणूस

कोठून कोठे ?
शून्यातून शून्याकडे
विश्वगोल दर्शन ब्रह्मांडाचे
'आता विश्वात्मके देवे । तेणे वाग्यज्ञे तोषावे'
'अणुरेणुया थोकडा । तुका आकाशाएवढा'
केवढे हे विश्वदर्शन!
आता आम्ही झालो शून्य
दमडीही नाही उरली कनवटीला
आमची वस्त्रेच फाटली
सत्ता आणि मत्ता, घोष 'जनता जनता'
संतहो, तुमचे आकाश वर्तुळ
शून्य केले आम्ही क्षुद्र हेतूंपायी
माणूस माणूस जोडायचा तर, पेरतो आम्ही विद्वेष विखार
सनातनाला उलटा अर्थ देत आम्ही
पोसतो आहोत, वाढवतो आहोत, भेदाभेद अमंगळ!
बहिणाबाई पुशिते तुम्हा, पुन्हा पुन्हा अजून,
'मानसा मानसा कधी व्हशीन मानूस ?'

ओळख पटेल

आता ठरले आहे
हेच माझे ध्येय आहे
तू मला ओळखावेस
ओळखण्यापलीकडं जावेस
फसफसणाऱ्या लाटांचे तांडव
हिरवाळीचे मुलायम हिरवे गूढ
आकाशाचा निळा गाभा
मनावर फोकस मारून मनाला ओढणारा
सारखा सारखा खेचणारा
पावसानंतरचे सृष्टीचे धुतले हसू
हे सारे तुला दाखवावे
असे वाटते राहून राहून
तुझ्या खिडकीच्या बाहेर
पेरू-चिकूच्या झाडांतून
आवाजहीन आणि तू झोपेत असल्यामुळे रंगहीन
गूढ चांदणे बागडत असते
तेव्हा मीही त्याचा हात धरून
बागडत असतो; तेव्हा तू फक्त उठावेस
आणि तुझ्या त्या खिडकीतून पाहावेस
एवढे जरी केलेस तरी माझी ओळख पटेल
चांदणेच हसेल शुभ्र-धवल
निदान,
ज्याच्या दुःखाला वाचा नाही

आकार नाही
आणि ज्याच्याजवळ रडायला पाण्याचा थेंब नाही
डोळाच नाही जिथे,
अशा असीम, अघटित दु:खाकरता
ज्या डोळ्यांत आसू आहे
आणि आशेचा किरण आहे
त्या डोळ्याला
निदान त्या डोळ्याला तरी तू पाहा
तुला ओळख पटेल
एका अगण्य काळाआधी असलेल्याशी
आज विविधतेने, चमत्कृतीने नटलेल्याशी
आणि पुढे अनंतात ज्याच्या सीमा विलीन आहेत
त्या पलीकडे असणाऱ्या गूढतेशी
'कण कणाशी जडले नाते'
म्हणणाऱ्या माझा
तू चेहरा पाहावास
जरूर पाहावास
त्या ओठांवर दिव्य शब्दांचा ध्यास आहे
नि:शब्द राहून
त्या ध्यासाला तू जाणावेस,
ओळख पटेल!

झोप उडत असते!

झोप उडते तेव्हा
असतो पाऊस बाहेर
धुवांधार चहू अंगांनी
धोऽधोऽऽऽ गर्जत ओहळांनी!
थेंब थेंब पीत संथ झाडे असतात
भिजून चिंब
थुई थुई त्याची गाज
ऐकता ऐकता यावी झोप
पागोळ्यांच्या गीतात, गतीत
मात्र तेव्हा उडत असते झोप
असे कधी दगडांखालून न हलणारे
झुळ-झुळ पाणी
एकांतात गात बसते
स्वान्त सुखाय
साक्षात्कार हिरावला जातो तेव्हा
झोप उडत असते!
माझ्या तुझ्या वाटा
बुझत जातात तेव्हा
सतरा वाटांनी पक्षी उडून गेलेले असतात,
संकल्प सोडून दूरांत
पाण्याचे बुडबुडे खेळतात

पाऊसधारांशी जेव्हा
तेव्हाचे त्यांचे नर्तन क्षणजीवी
अविरत वाहतानाचे भान येते तेव्हा
झोप उडत असते.
माझे त्याचे याचे त्याचे नाते
जोपासतो तेव्हा
झोप उडत असते
एकत्वाचा साक्षात्कार देणाऱ्याचे
अनंत उपकार मानत
आपलेच उपकार मानण्यातल्या भावनेसारखे
फुलणारे थुई थुई थेंब
फुटतात आपल्यातच
आणि तरी क्रमाक्रमांची वाटचाल चालू राहते
म्हणून झोप उडत असते!

मोकळे आकाश

अफाट मोकळे आकाश
खुळा उभा आसमंत
झाडे-माडे चढतात उतरतात
वाऱ्याची किमया!
दऱ्या-डोंगर
खोल निरव दूरांत
सांग सांग कसे माणसाचे जग?
माणसात कुठे बसतो अनंत अवकाश?
कधीतरी कधीमधी
किलकिला करून पट
द्यावी वाट प्रकाशाला
घ्यावे दर्शन होऊन प्रकाश
मोकळे आकाश!

क्षितिज रेषा

नुसतेच ढग फसवे राहिले नाहीत
नुसतेच
लपलेल्या क्षितिजात
वीजेचे लवलवते हसू राहिले नाही
नुसताच पोकळ गडगडाट
संपला आहे
वादळ प्यालेले ऊन
हिरव्या लयीत
पिवळी तान मारत
थरथरते आहे
तहान भागली आहे
नुसत्या वर्षेच्या आगमनातून
तरी गळा आर्द्र तान्हेला
आपले तप्त गूढ
उकलत धडधडत आहे
पोटातल्या पोटात
हिरव्या पाचूत
उद्याचे दिवस
गाढ बुचकळून
ओल भरले
झगमगीत हसणार आहेत
याताच मी-तूपणाची
क्षितिजरेषा हरवली आहे.
स्वप्नातसुद्धा!

कवी न राहील कुणास बंदा

कवी न राहील कुणास बंदा
एका परि त्या
बंधातून जे वाहत आहे सुसाट वेगे
कवी न राहील कुणास बंदा
ऐकले न तो मजला वंदा
कदर न त्याला कुणाकुणाच्या गुंतवण्याची
तीळ तीळ मानी कवीचा शब्द
खोडायाची जबान कसली?
कसली ज्याने तारायला अपुली कमर
सत्य जीवना
कवी न राहील कुणास बंदा
वदावदा हो!
करायचे राज्य तुम्हाला
कशास सांगा अटीतटी ही?
पोरे-सोरे छान भांडती तुम्हा परीस
दुःखे ज्यांची हरवायाला तुम्हीच जाता
होता परि त्या पोटशूळ ना?
कवी हा जातो सुख-दुःखातुनी पार होऊनी
परमानंदे डोले अवघे विश्व परि ते
कृतीने त्याच्या
कवी न राहील कुणास बंदा

खरी कळा त्या अवगत झाली

मांगल्याची ममतेची अन्

फिरवली ग्वाही

ओरडून तो सांगत आहे

ममतेतच तो दडला आहे त्रिभुवन सुंदर

उद्गाता तो

विश्वे विश्वे विश्वे अशी ही

भ्रमती भ्रमती

त्यात सानुले कणाहुनीही कणात आम्ही

तुटले फुटले नष्टची झाले

कशा बळावर चालत आले?

नष्टातच मग अस्तित्वाचा कशास तोरा?

अनंत वेगे कवी धुंडतो

कवी न राहील कुणास बंदा

मुक्तामाजी विहार त्याचा

मुक्तातील परि विश्वी त्याचा गोड पसारा

छन छन छन छन मारत ताना

करुनी टाकी गगन एवढे मंजुळ मंगल

तिथे न भेदा थारा आहे!

बंदी कसली तेथ कुणाला?

तुम्हात शिरुनी नमवाया तो तुम्हास लावी

एकच जे जे दिसते आहे जिकडे-तिकडे
परि त्याहुनीही भरुनी उरले
कवी न बंदा
सदा मुक्त तो
अवघे अवघे जग फुलवाया
उमलायाला मिटल्यांमधुनी!
अज्ञानाच्या अंधाराला
दिपवायाला हवीच त्याची
मुक्तामधुनी तडकत याया
वीज चकाकत
कवी न बंदा
एका परि त्या
बंधातुनी जे
वाहत आहे सुसाट वेगे!

लखख उजेडात

स्वत: हरवल्यानंतर स्वत:लाच शोधायला
उभे आयुष्य गेले
स्वत:ला शोधल्यानंतर
डोळ्यांपुढे खूप काही पडले आहे...
काय आवरू, काय काय सावरू?
काय काय ठेवू तुमच्यासाठी?
अगडबंब काम!
आजवर केला नुसता विचारच विचार
काही करण्यासाठी
आता लखख उजेड
सताड दाराबाहेर उघड्या
सापडलेल्या दूरवर रस्त्यावर चालायला
चालायला, हात धरून चालवायला
दया, माया राग लोभ
शोकताप गेलेल्यांचा...
जाताना काळोख घेऊन गेलेल्यांचा
लखख उजेडात!

असामान्य

सामान्य माणसे सामान्य नसतात
असतात ती असामान्य मनात, स्वतःत
असामान्य माणसे काही
मात्र होत जातात सामान्य
सामान्यातल्या सामान्याकडे
चालत जातात वाट काढत
स्वतःच स्वतःची
पावला-पावलाला होत जातात
सामान्य ती सामान्यांसाठी
पण सामान्यांची चाल असते
राजमहालाकडे...
... या सगळ्यांचेच कल्याण चिंतत
चालूच असते चाल असामान्यांची सामान्यांकडे
सामान्य माणसे सामान्य नसतात
असतात ती असामान्य मनात, स्वतःत

आठवणींची पाने

आठवणींची पाने उलटून पुस्तकातून
नाही त्यात करता येत बदल
त्या त्या वेळच्या व्यक्तीही नसतात... या जगात
नसतात त्या आपल्या जगात;
त्या तेव्हाच्या मूडमध्ये
इथे आपण असतो अगतिक एकटे
स्तब्ध रवंथ करत शांत अस्वस्थ
बरे असते,
सारी पाने आठवणीतली
आठवणींच्या शिवणीतली
काढता येत नसतात

बस येईतो

बस येईतो रांगेत असता
रांगेमधल्या पोरी
झळा उन्हाच्या विसरून गेल्या
एकमेका बघता बघता हसल्या जराशा परस्परांशी
आगोठीची मनात कामे…
तरी हसल्या
गोष्टी करता संसाराच्या
लेकुरवाळ्या कुणी नवोढा
गोष्टी करता संसाराच्या मिळून गेल्या
कुठले सासर कुठले माहेर
एक जहाल्या गोष्टी करता सुख-दुःखाच्या
बस येईतो…
गुरे वासरे पोरे-टोरे शेतामधला राब जमवता
कामे पुढती आगोठीची
गोष्टी आणिक जिव्हेवरती
खाणीपिणी अन् पोरांची
आणि अचानक गोष्टी थांबल्या
बस आली वाकणात घर्रर् घुर्रर् करत
'आली बस'
लगबग लगबग
पिशव्या-बिशव्या उचलायाची
चला, चलाची!

सुप्रसन्न

वर्तुळ विस्तारते बिंदूपासून
बिंदू हेच वर्तुळ
वर्तुळ वर्तुळाभवती
वर्तुळे अशी अगणित
वर्तुळ मोठ्यात मोठे
मोठे किती? बेसुमार सीमापार!
तेही वर्तुळ
बिंदूत मी; मी ही वर्तुळ सामावलेले बिंदूत
बिंदूही या विश्वात
उणे-अधिक गुणिले भागिले
बिंदूत विसावलेले
सान-थोर
अभेदाची प्रचिती ही
सुप्रसन्न!

पात्र

पावसाळ्याआधीचे वादळ धुमश्चक्री
दर्या-सागर झाडां-माडां मेघमंडळावर
दिसणारा वाऱ्याचा प्रभाव कसा सांगावा?
आपल्या जगण्यातल्या
विविध भावभावनांचे मुखवटे
यांच्यावर चढवतो
नि बनवतो त्यांना आपल्या जगातले
मनातले
रंगीबिरंगी बहुरूपी
हा आपल्या मानवाचा
खेळत बसण्याचा छंद आहे
यातच जगातला सारा
आनंद ओतला आहे
या विचारांत आपण
की, खरे भ्रमात?
आपण पाहिलेल्या अनुभवलेल्या
साठवलेल्या
रूपेरी सोनेरी भावभावनांना
गोंजारण्याची ती एक धडपड आहे?

खरे तर हे सगळे
निसर्गाचा भाग आपण
हे आतल्या मनाचे आपले आभाळ
बाहेरील अफाट आभाळाला कवटाळायला
जाण्यातले धावणे आहे
आपल्यातच आपण असलेले चैतन्य
चैतन्याला भेटण्यातले
सगळे हे आयास-प्रयास
नाटकरूपाने आपण रंगवतो आहे
'जग ही एक रंगभूमी आहे!'
महाकवी शेक्सपिअर बोलून गेले आहेत!
आपण जितके मोठे पात्र रंगवू
तितके आपण मोठे होत असतो
का, ठरत असतो?

पावसाळे

कितीतरी पावसाळे पाहिले
नदीने गाणी गायिली
काजव्यांनी चमकवली लयीत डोंगर दरी
अथक डराव डराव बेडकांची पन्हळीवर
या आधीही येसा थूळ
पन्हळीकर घोंगड्या मळी
पाणकरणीवर खेकसत पाय घसरवत
आपलाच सारणीत घोंगडी मळता मळता
पाखरेही लागली संवादत घाईगर्दीत
झाडाझुडांवर
इथून तिथे उडून फिरत
गातानाही सुरात त्यांच्या आर्त ओढ
मातीही सामील त्यांना परिमळत वाऱ्यावरून
कुठूनतरी दूरवरून
उठून सकाळी बघतो तर एक्या,
घातलेले थैमान पावसाने रातसान घराभोवती
माणक्या आमचा घोंगडी घेऊन खांद्यावर
नांगर घेऊन चाललेला सावरत कुऱ्याटात
बैलांना घेऊन तोंडावर त्यांच्या जाळी बांधून
कराया संपूर्ण वर्षाची बेगमी पोटाची
असा पाओस चुरस साऱ्यांची

आणि लगबग
भिजल्या चिंबल्या झाडांची
वाऱ्याला धरून गाणी ऐकवत नदी-नाल्यांची
साथीला धो धो नाद पर्‍यांचा
पाहावीत घरात बसून
फुगड्या गाणी
उचंबळत्या पावळ्यांची
एकदम सगळे बदलते चित्र
पाहता पाहता निसर्ग म्हणतो मी
'पाहिले असे की,
पावसाळे कितीतरी!'

उद्ध्वस्त

दरीतील काजव्यांच्या लाटा लुप्त झाल्या आहेत.
पिंपळावरचे लाइटिंग त्यांचे दिसेना झाले आहे.
झाडाझाडांतील आंब्या-फणसांच्या अंगा-खांद्यावरील
ओंबिलांच्या रांगा तांबड्या लुप्त झाल्या आहेत
गेली कुठे त्यांची पोली लाल करडी ?

माकडांच्या फौजा आता सोकावल्यायत ओरबाडायला
असेल नसेल ते सगळे काही
पीक वाढू देत नाहीत
पीक पिकू देत नाहीत
उद्ध्वस्त करता करता सगळे
उद्ध्वस्त केली आहे त्यांनी माणसाची सृजनशक्ती
स्वस्थताच हिरावून बसली आहेत
माकडे ही तऱ्हेतऱ्हेची
आम्ही कवतिक करत होतो,
म्हणत, 'वानरांच्या फौजा!'
तो गेला काळ केव्हाच मागे
आता त्या झाल्या आहेत काळ आमचा
तोंडचा घासच काढतात ही माकडे

ऊर्जा आणि आशेसकट बुडवत आम्हाला
अगतिक आम्ही हातपाय गाळून बसलोय उकिरड्यावर
बघत झाडा-माडांकडे
जगायचे चार दिवसांच्या मजुरीवर
सरकारी रेशनवर बाकी चैन पाण्यात
जातात दिवस
उमेद ज्यांच्यात ते जातात शहरात
उघडी-वागडी शेते, माळ उजाड
झाडे-माडे उदास तरी प्रसवणारी फुलणारी...
निष्फळच या माकडांपायी जमिनीवरचे सगळे काही
सगळीच हातपाय गाळून
सगळ्यांचीच आसवे जणू ओघळतात या थंडीवाऱ्यात
दाट धुक्यात आशा मावळून उद्याच्या
आशाच खुडून बसलींयेत ही वानरे, ही माकडे
आयुष्य जगण्याची!
'कृष्णकाठी कुंडल आता पहिले उरले नाही'

माणसांच्या दुनियेत

मला माणसांच्या दुनियेत राहायचे नाही
कोणी तरी खास म्हणून
नकोत उपाधी पदव्या
मागे मागे
ढापणे येतात डोळ्यांवर मग
नव्हे नव्हे, माणसेच करतात दारे बंद
मला त्यांच्याकडून खूप काही शिकायचे आहे
खूप काही पाहायचे आहे खोलात जाऊन
पाहायचे ते जर अभ्यासास्तव
तर त्यांच्यातलाच मी त्यांच्याच वर्गात
मौज आहे जगण्यात सर्वांतच
मला माणसांच्या दुनियेतच राहायचे आहे!

हे देवा!

अखिल मानव जातीसाठी हर तऱ्हेच्या
तू उभा आहेस
तू उभा आहेस
अखिल प्राणी मात्रासाठी हर तऱ्हेच्या
अखिल सृष्टी जगतासाठी तू उभा आहेस
तू उभा आहेस
या विश्वात चराचर
दिसत नाहीस
ही तुझी अगाध लीला आहे
दिसतोस तसा
हरतऱ्हेच्या व्यक्तांमधून
आणि अव्यक्तांमधूनही
असाच भिन्न भिन्न
ज्याचे त्याचे रूप घेऊन
ज्याच्या त्याच्या डोळ्यांत
हे देवा!

कोण मी?

कोण मी?
पाखरांबरोबर वर वर उडणारा
की धुलीकण?
त्या कणात मी की, एवढ्या विश्वात मी?
'मी कुणीच नाही'
फक्त मी पाहतो या डोळ्यांनी
ऐकतो कानांनी
खातो, पितो आणि बोलतोही या जिभेने
कुडीच्या मर्यादात रडतोही, हसतोही...
खरे काय हे ही पाहतो कुठून तरी दूरवरून
सर्व सामाजिक सांस्कृतिक मर्यादा
जाणून शारीर कुवतीच्या
मला काहीच वाटत नाही उणे
'हर्ष-खेद ते मावळले दिडदा दिडदा'
शरीर हलके हलके - वेदना नाहीत कळा नाहीत
फक्त विहरणे अस्तित्वात अस्तित्वाला धरून!

जाणिवा आपल्या

मागे पाहिलेली चित्रे वेधक
आज आठवणीत जिवंत होताना पस्तावतो
का नाही कोरून ठेवली वेळीच ती आपण?
अजूनही कोरावीत का वज्रलेप ती चित्रे?
कशास चुटपूट खदखदणारी
पण त्यांची गोडी आपली
हृदय पटावरली शेवटी आपल्यापुरती
कशास तडतड उगीच मनाची?
आपल्या सुख-दुःखाच्या जाणिवा
आपल्यासोबत प्रवासात
आपल्यापुरत्या आपल्याला अखेरी!

पवित्र कार्य

सोसायटी मध्यमवर्गीयांची आमची
भिंतीबाहेर रोड पलीकडे कंपाऊंडला लागून
संमिश्र वस्ती
सार्वजनिक संडास, तसे सार्वजनिक पाणी
आंघोळ-पांघोळ धुणी-भांडी
कचरा, सांडपाणी, ओहोळ, रस्त्यावर...
कधी अचानक
सणवार नसतो, नसते काही
गजबजते वस्ती मात्र एकाएकी
पै पावणे बायाबापड्या आलेल्या असतात माहेरवाशणीही!
चौकात मंडप, व्यासपीठ एकीकडे शोभेसाठी
ढणाणा डीजेचा बाजूस आणि थाट जेवणावळीचा
भटारखाना चालूच सांजचा
डीजेच्या आवाजावर पोराटोरांचा नाच
लपकझपक हुंदडत
आणि अकल्पित
दुसऱ्या दिवशी कळत नाही, रात्री अंधार शांतता?
लाइट ऑफ!
वावर टॉर्चवर गरजेपुरता
वस्ती गुडुप काळोखात एकदम ब्लॅक ऑऊट!

होते काय, कसला सण-समारंभ? कुणास ठाऊक?
आणि उद्या तर निवडणुका
झोपा आता, काय त्याचे आपल्याला!
उजाडता उजाडता
पै पाहुणे बाया-बापड्या, आलेल्या माहेरवाशिणीही
चालले लगबगीत निघून
एक एक करत अंधारातून
मतदानाच्या उजेडाकडे
केंद्रावर मतदान, पवित्र काम!

कवित्व

पाहिली मी झाडं-माडं
रानं-वनं
होरपळलेली
पाहिल्या मी नद्या
कोरड्याठाक
ऐकले होते कवित्व
कृष्णाकाठीच्या कुंडलचे
पाहिली मी धरणे
कवित्व हरवलेली
आत्ता आत्ता
कारण माणूसच
हरवत चालला आहे
स्वत:च स्वत:ला

दूरांत दूर...

खूप खूप दूर आहोत आता
दूरांत दूर
कशास तोशीस स्मरणाचीही सरणावरती
सारे आता एकच एक जग
अनंग अरंग चकचकाक कळाहीन
नि:शब्द
कोपऱ्यात एवढ्याच एका
दूरांत दूर दूरध्वनीही!

शिल्प

गाववाल्याच्या घरी गेलो तेव्हा,
तेव्हा दिसली अंगणातूनच
बसलेली उंबरठ्यावर उंबरठ्यापुढे पाय काढून
मांजराची पिल्ले दोन
बाहेर टुकुटुकु पाहत असलेली

देऊन जातात एकाच वेळी
उंबरठ्याला उंबरठेपण
आणि घराला घरपण
महती त्यांची!
ठसले असे मनात शिल्प

देव

पुण्यात नाक्यावर वाहने फास्ट
असतात जोरात येतात अंगावर
उभे आम्ही दोघे म्हातारा म्हातारी
ताटकळत रस्ता क्रॉस करण्यासाठी
चौकात सिग्नल पोलीस
येतो लगबगीत तेवढ्यात
हात धरून आम्हाला देतो रस्ता क्रॉस करून
पाहत त्याच्याकडे असताना वळून मागे
कृतज्ञतेपोटी आभार मानावेत
तर तो आपला असतो
हातवारे, इशारे करत
वाजवत शिटी
वाहनांना, माणसांना सिग्नल देत
दिसतो तेव्हा आम्हास देव त्याच्यात!

हम्म्

कोवळा लुसलुशीत चारा
चरताना वासरू
गाय वळून मागे बघत त्याकडे,
करते हऽऽम्म्
अस्फुट आवाज
सुखाचे निधान अवघे ती माय माऊली
सुखाचा सागर अवघे झाला आगर!

पडदे

पुसलेस ग तू मला माझ्या ताईपरी
जवे पाहता प्रसन्नवदने
हाक मारता तुला
हसऱ्या उकळ्या लहरुनी गेल्या
मुक्त सागरावरी
परि न ध्यानी यथार्थताही
तुझ्या मनीची आली
सोड बात ही
कधी सोडले वायुने सृष्टीते ?
अंतरातली गोड मुक्तता
पडद्यामागे लपली जाता
कसे गमे निज मना ?
या खुल्या हव्यासी मना ?
तू अबोली
मी अबोला
काळ बिचारा चैन न त्याला
पार्श्वभूमीवर जगताच्या या
पडदे येती
संकोचाचे संदेहाचे
क्षुद्रतेच्या भ्याडपणाचे
जे मुग्धपणाच्या नेत्रांपासुनी
लपवती सारे
मोहक दुनियेचे साजिरे !

प्रतिध्वनी

विश्वाचा पसारा
तोच दिन तीच रात
हातामध्ये हात यांचा घेऊन
नाचणारा तू कोण ?
असीमाच्या सीमेपार
तीच गती तोच छंद
अविरत चाललासे
विभवात एकलारे
फिरतसे वेडा पीर
सांगे सूक्ष्माची ही जाण
अफाटाचा धनी
जंतुपरी कफल्लक
एकटाची
आपुलेच नाव पाण्यावर लिहिणाऱ्या
आदिअंताशी की तुझे नाते असे जडलेले
उभा मी रे गरजतो,
पोटी लेणे वेदनेचे
आशंकेला कूस देत असताना
नुरलेला
उरलेला कोण मी ?
कोण मी प्रतिध्वनी ?

मी कंदीलच!

आपण ऐटीत बसलोय टेबलावर
लखख प्रकाश घेऊन मी कंदीलच
सबंध दिवस ओसंडतो आपल्या अंगावर
उजाडताना सुटलेली
गुरे-ढोरे शेळ्या-मेंढ्या चिमण्या-पाखरे
परततात तृप्त होऊन मळ्यांमधून
परततात गडीमाणसेही सांजावताना
सूर्य जातानाही हसत असतो
उजाडतानाचे गाणे त्याचे
असते आताही तेच ओठी
रात्र असते ऊबदार
घोंगडी काळी नक्षत्रांकित
वरती चांदण चांदण्यांची
पखरण धुंद होत्साती
चिंतनाने झाले हे आकाश घरच माझे जर
त्याही पलीकडे पाहण्याची उमेद
इवला कंदील धरून आहे अजून
असा माझा गेला दिवस
काट्याकुट्यातून खाचाखळग्यातून
झाल्या जखमांचा व्रणही नाही
अंगावर कुठे असा लखख प्रकाशात
टेबलावर जो बसवतोय मी कंदीलच
उजेडाशी नाते राखत लखख प्रकाश घेऊन!

दिवास्वप्न

'या जागेवर बांधीन माडी!'
म्हणता म्हणता असे
कितीएक गणपत वाणी
कुठल्या कुठे निघून गेले
बरे झाले
मढेकरांनी त्यास पकडून ठेवले शब्दांत
हा इतका काळ!
पकडून तरी किती ठेवणार?
कसे आणि कितीक जणांना!

अपार

सकाळी सकाळी आली दुपार
पुरे स्वप्नांची गाठोडी
फुले मिटवाया आली
झाला डोईवर भार
त्यांचा मिटला प्रकाश
कुठे पसार त्या झाल्या
लुकलुकत्या चांदण्या
श्रद्धानिष्ठांच्या टेकूने आवरावे
किती सावरावे
आभाळ अपार
फुले सांडती
रोज सुगंधी प्रकाश
नेमाने अथक
व्हावे स्वस्थ
शांत शांत
त्याला जोडोनिया कर.

मर्ढेकर

एक एक तुझी ओळ कवितेतली
घालते काळजाला हात
ढवळते सारे कसे
जगावेगळे अंतर!
पडद्यांवरी पडदे डोळ्यांवरी दाट
उघडती अवचित
पुढे जग अचंबित!

वाचणे

माझे वाचणे काही संपत नाही
माझे गाणे काही जुळत नाही
हाव हाव हाव किती ?
हे वाचू ? ते वाचू ? वाचू किती ?
कवटाळ कवटाळता
कलंडला देव
काळोखल्या आभाळी
चांदण्यांचा खेळ
वाचणे काही सरेना
हाती काही येईना
मनातली गाणी मनातच
मनकोशी
थुई थुई!

सुखद चांदणे

पाण्याचे थेंब
मन पानावरून ओघळत जातात
जसे नाही स्पर्शत - अळूच्या पानावरून ओघळताना
वसत नाहीत रूतत नाहीत
- मनात होत जातात जल बुडबुडे शोभिवंत -
नंतर नंतर सगळी अडगळ
बाहेर किनाऱ्यावर
पान नितळ निर्मळ
झेलीत सुखद चांदणे अंगागावर
खेळ लाटांचा चाले अविरत

मावळताना उजाडते

रोज आपण थोडे वाढत असतो
दिवसागणिक थोडे थोडे उणावत असतो
वाढता वाढता वाढत जाणे
आपल्या हातात असते?
असतेही
स्वप्नांच्या झुल्यात झुलताना
झोका झुल्याच्या मंदावतात
मावळताना उजाडते लख्ख उजेड
काळोखात बुडताना
क्षणक्षण गणताना...

चालीविहीन

धीमेपणानं चालत आहे
माझ्या रस्त्यात कधीतरी तू भेटशील
तुझा जर तो असलाच रस्ता
तर त्याच रस्त्यात
तू ही कधी येशील
नाहीतर
माझे आहेच चालणे चालीविहीन!

बहुरूपी

या जगातले
सगळे भाऊ भाऊ आपण
झाड-माड दगड-धोंडे
दऱ्या-डोंगर समुद्र, आकाश
यांच्या सगळ्या लहरी लाटांसहित
भाऊ भाऊ प्राणीमात्र आपण
विविध आकारांनी
घटाघटातून पाझरत राहतो
पसरत राहतो
चमकत राहतो
परस्परांना साद घालताना आरडत ओरडत
आणि रंगबिरंगी होत
कधी झुळझुळवाणे गाणे गात
रंजवत रंगवत नाच नाचताना
एकमेकांना बिलगत नाचताना
त्याची कारंजी उडवता उडवता
त्यातून एका सुरात एका रंगात एका रूपात
तेजाळत असतो
वेगवेगळ्यांना एकीचा, एकच तत्त्वाचा ध्यास
पण वेगवेगळ्या रूपात व्यक्तवण्याचाही
एक ध्यास बहुरूपीपणाचा
सगळ्या दिसणाऱ्या गोष्टींना
आपलेच रंगरूप सूरताल
देण्याचे छंद जोपासत
आनंद कल्लोळ करत असतो.

लखखकन झळाळते

कवितेला पाय नसतात
पुढे पुढे करण्यासाठी
काजव्याच्या पाठीवरून
रानावनात चमचमणे
एवढे तिला अवगत असते
पंख्याचे पाते
चक्रावून प्रकाश झोतात
लखखकन झळाळते
धावत्या वेगात

वीज

माझ्या हातापायावर
अंगाखांद्यावर
व्रणाव्रणात
उभारतेस तू रोमांच!
आणि
आज माझ्या संसार आभाळात
वीज होऊन
चमकतेस
व्रणाव्रणात
अंगा-खांद्यावरून
मंचरत जाते
वीज झणाणून!
व्रणाव्रणात

शिकतो तर आहे

शिकतो तर आहे
शिकता शिकता दाद देतो आहे
अहो, धुरंधर
सर्वत्र सर्व कलात
सदा सर्वकाळ
भान विसरून
एवढे तरी भान हवे
आलास तसा
वाळूवर उठायला हवेत
ठसे पावलांचे तुझ्याही
चिंतनात डोके चालवून गगनावेरी
प्रतिमा तुझी उलगडणार कधी
लोक पटलावर ?
कशी उलगडेल प्रतिमा
धावून नुसते चिंतनात ?
शिकतो तर आहे
शिकता शिकता
दाद देतानाही

चालव की नांगर
लुमनी हातात धरून
तराऋू दे तुझे भातशेत
सराईमध्ये केतकी वाणी
मळ्यात
शिकतो तर आहे
शिकता शिकता दाद देतो आहे
अहो धुरंधर
सर्वत्र सर्व कलात
सदा सर्वकाळ भान विसरून!

बीज

मनात विचार असतील, भावावस्था असेल
तरच काही शब्दांत उतरेल
भावावस्था नसेल तर कुठून येणार शब्द?
कुठून येणार गाणे?
आणि गाण्याच्या त्या लयीतील नाच?
ही कविता साधी भोळी सरळ
नाही अलंकार, नाही रचनेचा सोस
नाही सोस गाण्यातून येण्याचा
हे बीज असे की
आले रूजून भुईवरती सहज
डोळे मिटून चिंतनाच्या खोल गाभाऱ्यात
एकांती मिटलेल्या पाकळ्यात
तंद्रीत सौंदर्यानुभव
एकाग्रतेत घेते ही कविता

पाखरा रे

पांखरा रे,
काय सांगू तुझ्या शेपटीचा ठेंगा
कधी न पाहिलेल्या आजवर इतक्या लांब
उद्या तूच होणार आहेस सहस्त्र वेद
अभ्यासकांना इतिहासाच्या
संस्कृतीच्या रक्षकांना
उत्खनन करणाऱ्यांना
माणसाला मूळ शोधणाऱ्या
तुला व्हावे लागणार आहे बोलके
पिसा पिसाला तुझ्या फुटणार आहेत जिभा
शब्द शब्द अब्ज दिसणार आहेत
असले जर मानव त्यांना
तूच काय, तुझी समूळ जात निसर्गासकट
नसली तर
कोण असेल असे तुझ्याशिवाय
हे असे अभ्यासास?
म्हणून निदान राहा
माझ्या या चार शब्दांत
जखडून
गाऊन दाखव त्यांना पाऊस
तुझ्या विविध ढंगी विविध रंगी चोचीतून
रे, पाखरा!

शून्य

शून्यावर उभी करायची आहे कविता
शून्यातून पुढे आणि वर वर
शून्य शून्य शून्य शून्य
असे होताना
केवढ्या मोठ्या शून्याचा आकार
जग गिळून अवघा
मूर्ती मोठ्या आरास मोठी
रोषणाई
चंद्र, चांदण्यानाच काय
सूर्याला गिळू म्हणणारी!
हर्ष तुडुंब ओढे किनाऱ्यांना तटता तटताच
किनारे त्या असलेल्या सगळ्यांनाच
कोसळत भगदाडत बुडबुड बुडबुड्यांची
भोवंडणारी
मोठी शून्यांची रांग
शून्यात शून्यातून
अतिभव्यतेचे नगारे पिटत
कानठळ्या बसवणारे आकाशावरी फुटणारे बॉम्ब
उत्साहाचे अति उधाण

उसळत बुडबुडे
शून्य शून्यावर
चढत जाताना गगनावेरी
माला मालिका अनावर विविध अनंत विविध चॅनेल्सवर
विविध चॅनेल्सवर व्यापून सारा अवसर
खेळ सपाट दिशाहीन यांचा
म्हणून या शून्याच्या साक्षात्काराने
मी शून्यावर शून्य चढवत कविता नेतो
तेव्हा ती कागदावर वेलांटी महिरपीत
उतरत नाही बसत नाही
प्रकाशन समारंभ, वृत्तवाहिन्या
टीका टिप्पणणी कागदावर
सगळेच दूर
'गिरी शिखरे वनमाला ही
दरी दरी घुमवत येई...'
हे सगळे सगळेच दूर
म्हणून तर शून्यावर शून्य चढवत कविता नेतो

रे पावसा – १

रे पावसा!
पावसा भांडत नाही
केव्हा, कसा, कुठे, जसा तू आहेस
आवडतोस मला
तुला बघत नाही जगण्यात माझ्या सांगड घालून
आजूबाजूला येऊन तू आमच्याकडे वळला नाहीस
तक्रार नाही
वाऱ्यावरचा तू तसा
तरी चालवतोस अपरात्री वासुदेव होऊन चेतनाला
झिमझिम रिमझिम अखंड पूर यमुनेला
नेऊन सोडतोस गोकुळी आल्हाद
वाळवंटात कधी अवचित बरसून
वाजवतोस पावा थुई थुई
सुखावतो मी माझ्या गावा
थरथरती बैल धुतो जेव्हा
पाठीवरती हात फिरवत नदीत
नदीमध्ये धुऊन निघतो मीच त्यांच्या जागी
पाहिलेले न पाहिलेले दाखवतोस जग जे
त्याला नाही पार
माझी तोकडी चाल
जसा तू आहेस
आवडतोस मला म्हणून
रे पावसा!

रे पावसा – २

किती बरसायचे
थांब आता
किती सतवायचे
बास्स
जगू दे आता आम्हाला
मोकळा श्वास घेऊ दे एकदा
तुझीच कवने गाऊन
दमलो आजवर
त्या कवनांना नको आणूस बाधा
थांब आता पुरे
खुळ्यासारखे किती बरसायचे
रे पावसा!

नात्यांचे अर्थ

अर्थागणिक नात्यांचे अर्थ बनतात
राजसनावर
राज्य असो कोणाचेही
जागा बदलताच
मतलब बदलतात
उतरताच गणवेश
दिसते जग उघडे-नागडे
दिसते आता गणवेश असतानाही ते तसे
क्ष-किरणातून
माणसांपासून पिसाटांपर्यंत
भयभीत सावल्या सैतानाच्या
जग उघडे-वाघडे
पैशातून नाती पैशांवर
दादा मामा भाऊ तात्या
अरे-तूरे अहो-जाहो
दिसते भासते कळते
ज्या अक्षाला
जो नसतो त्यांच्या राज्यात
त्यांच्या रस्त्यात
त्या अक्षाला
अर्थागणिक नात्यांचे अर्थ दिसतात

नवे यावे

कधी वाटते टाकावे हे सारे फाडून
लिहिलेले आजवर कागदावर
रचनेत लयीत
भोगले आजवर संसारात
उपजता त्या आधीचे आणि नंतरचेही
संचित घेऊन संस्कारांचे
आपल्याच जगात, ओझे मिरवत पाठीवरती परंपरांचे
मुरवलेत जिरवलेत, माझ्या काळात
माझ्या भोवतालात, पूर्वजांपासूनच्या मळलेल्या वाटेने
चालता चालता गोळा केलेले धन
उद्या कोठ वाऱ्यावर पाचोळा होऊन पडायचे, नकोय मला
लिहिलेले हे कागद देतो टरा टरा फाडून हवेवर
अनोळखी अजाणत्या दुनियेत
गोल गरगरीत वर्तुळात
कोण मी ? कोठे असे ? कुणास्तव ? कशासाठी ?
साकारावे अननभूत बुडबुडे
सार्थच शब्द
शून्ये शून्ये घ्यावी हाती, शून्य बुडबुडे
असे काही नवे यावे रिघावे अंतरंगी
आकारावे साकारावे
आस ही उरी काही
फक्त आशा
शून्ये हाती !

विसावा

विसावा
क्षण जो दिसला
विसावला त्यावरी
विसावा धावला धावला
विसावला क्षणावर विसरला हेही
'क्षण' विसावा
झाला चैतन्याचा झरा
वाहला वाह!
वाहला असा
ज्यावर बसला
क्षण तो लयास गेला
विसावा निर्झर झाला
चमकत विलसत चैतन्य उन्हे
फुले
फुलली
विसावली
विलसली, विलसली
कण आधार गळाला
ना तमा तयाची असा विसावा!

कवतिक

चालतोच आहे नवनव्या ओढीतून
खळाळते सळसळते दीपवते चैतन्य
साठवू जातो चमचमते काजवे क्षण
माझी चालच घुटमळते त्यास्तव
हे सगळे उपभोगायचे
चालत पुढे पुढे
आनंद लुटायचा, उधळायचा
थयथया नाचायचे असे की
चालणेही व्हावे नाच
तर मी थबकतो
साचवाया काही
एवढे अथांग सुंदर जग
आहे तुमच्यापाशी, तुमच्या हाती
मेंदू तुमचा आहे
अखेर साथी हो, असे असूनही
मी का तडफडतोय ?
माझेच पाय माझ्याच पायात घालून
चाल माझी थांबवत
असले-कसले नाते आहे
तुमच्याशी माझे की
माझे जगणे गोठवून
माझे चालणे थांबवून ठेवून तुमच्यासाठी ?
सांगा हो, असले-कसले नाते आहे तुमच्याशी की,
तुमच्या डोळ्यात पाहतो आहे
माझ्या मलाच कसले हे माझे कवतिक ?

चुटपुट

मधल्या सुटीत
ओढ्यापाशी आलो
पुरात दिसले काही
धावलो अध्र्या पात्रात
पकडला वाहता खडसा
आलो बाहेर
सोबत्यांनी घातली बोटे तोंडात
आली मुले जवळ म्हणाली, 'बघू! बघू!'
तोवर संपली सुटी मधली
कौतुक वर्गात
मास्तरांना कळलेले आधीच
घरी आल्यावर अप्रूपाईने
दाखवला खडसा
दत्त्या कासाराने मागितला
त्याल दिला नाही
काय होते असे त्यात
त्याला लागलेले सोने?
दिला असता त्याला जर
होता तो खुश तर

हवा होता द्यायला
चुटपुटच लागली
नागराला वापरल्याचे सुख नव्हते
दत्त्याला दिला नाही खडसा
चुटपुट याची चुटपुटच लागली
चुटपुटच राहिली
चुटपुटच त्याची आता आठवणीत
अन् मावळलेला आनंद
खडसा मिळवल्याचा पुरातून!

प्रॉब्लेम

हर एक माणूस
आपल्या चालीने चालत असते
रस्त्यात आपण रोज पाहतो
आपल्यासारखीच त्यांची चाल व्हावी
म्हणून आपण तिथे धडपडत असतो काय?
प्रत्येकाला शरीर आहे
त्याची ठेवण आहे
त्याची अशी लय आहे
ऊन सावली
पाऊस वारा
यांच्यातून वाट जात असते त्यांची
रस्त्यात त्याला
कुत्री-मांजरे
गायी-बैल
कावळे-चिमण्या
हरतऱ्हेनं भेटत असतात
विविध अंगांनी, विविध रंगांनी, विविध ढंगांनी
त्यांची खाणी-पिणी, आवडी-निवडी
त्यांचा परिणाम होत असतो

यातून तो बदलत असतो, घडत असतो
या सगळ्यांची दखल घेत घेत
चालत असतो
खाचखळग्यातून चालताना
परत वर हसत असतो
हे सगळे आपल्यासारखे नसते
वेगळे असते
बदलतेही
आपण त्यात सामावणे
हाच खरा मार्ग असतो
आपल्यासारखेच सगळे असावेत
हा हट्टाग्रह
आपल्याला भेडसावतो
प्राब्लेम खरा हाच आहे!

प्रेम

ज्याच्यावर प्रेम करतो आपण
त्यास कुठे याची जाणीव असते ?
खरे प्रेम कुणावर असते ?
की आपण प्रेम करतो, या भावनेवरच ते असते ?
असे असते का हे प्रेम ?
सारी दुनिया फक्त असते आपली ऐलतटी
जीव ज्यावर जडलेला असतो आपला
त्या अंतरंगीच्या चित्रावर
असते जे
पैलतटी
त्यास कुठे याची जाणीव असते ?

शब्द

तसे झपाटणारे शब्द येत नाहीत ओठांवर
वेग सोसवत नाहीत अनुभवूनही
परत परत कळा, वेदना
उमेद नव स्वप्ने जगण्याची
समजूतदार मनच फसवते आपल्याला
बदलून घेते निर्णय तत्क्षणीचा
मनाला मुरड घालत
चालायचे रस्त्याने त्याच त्या रेटत रेटत वाटा
दाखवल्या ज्या भुल्या भुताने
मन दाखवते जग क्षितिजाबाहेरले
गरगरणारे वाटोळे वाटोळे
फिरणारे घुमणारे
थक्क करून सोडणारे अद्भुत जग!
शब्द सापडत नाहीत हलवणारे गदगद
विषारी डंख सांगतात जेव्हा जनरीत
काढत असतो मनाची समजूत
तेव्हाच सगळे शब्द विरतात
आयुधे असतात टोकदार, सगळी म्यान होतात
कसे भिडतील तुम्हा शब्द?
समजूतदार जे मनात
डोळे किलकिले करत पाहत राहतात
खळाळत असतो झरा समांतर
आत आत आत...
शब्द, शब्दच विरतात
शब्द, शब्दच नसतात

भरून येते आभाळ

कितीतरी भरून येते आभाळ.
चमचम क्षितिजावरती
चकचकाट, गडगडाट
दाटून येतो मनात
थाड थाड मोठाले थेंब वाऱ्याच्या झोतात
छपरांवर, झाडांवर अंगणात आणि मनात!
कितीतरी दाटून येते मन
कितीतरी भरून येते आभाळ
चम चम डोंगरात दूरवर
चम चम क्षितिजावरती
मनात..

वणवे

लक्ष्य सापेक्ष
आपल्यातच आपल्या भावांमधलेच
उभी मानवता होमात जळताना
सभ्यसुद्धा टाळ्या पिटतात
जेव्हा सगळेच घुसमटवतात
मानवतेला तेव्हा
जेव्हा शासनसुद्धा ऐकते
हात उखडलेले आधीच कसे कुणी ?
हात असे तुटत नाहीत
तुटले नाहीत
हात कलम करू नका
कलम बांधू द्या त्याच हातांनी
मारुतीने लंका जाळली ज्या शेपटाने
तेच हाती घेऊन कौरव-पांडवांनी
वने जाळली
तेच हात उठतात कुणावर ; मुखवटे चढवून
वेगवेगळे वणवे देतात पेटवून एकमेकांचे
माणुसकीला जाळत

चव

गुहेपुढील दगड काढ
आक्रसली कोरडी तरी चाखू दे कोय आसासून
वाहू दे रस नसानसात
उमाळ्यांची घेऊ दे गोड चव आठवणींची
'जेथे जातो तेथे तू माझा सांगाती'
'करकोचा त्याचा स्वच्छंदा माझ्या'
खांद्यावर हात सदोदित माझ्या! असला असू दे!
गळ्यात दोरी चरणे परिघात
नको तरी चित्र तेच...
तरीसुद्धा नाहीच आत्ता
त्याची चव का अशी खुणावते? सुखावते?
अचानक उपटलेला ढग
मोठा मोठा मोठ्ठा होत बरस बरस बरसतो
भुरू भुरू भुरू आभाळ घेरून
घेऊ दे ना चव मला
अंगाअंगानं नसानसांतून
नसानसांतून बरसू दे असा
असा मेघ
अंगागांवर
माझ्या बुद्धिसूर्या आतातरी दड ढगांआड
आता तरी!

नाती सांधतील का ?

सर्व दूर वसलेले
जमले खपलेले खपल्या काढणे दूर
व्रणच जेथे जुने स्मृती आले
गुच्छ फुलांचे डोळां भरले
झगझग झगमग रोड अचानक
पलीकडचे
वांच्छित गाठी सरत्या वाटे
हातोहाती आता भेटी
हात चोळणे
बाकी जगणे
संदर्भांचे खुळे नाचणे
नुसते बघणे
असार! अपार!
किती किती सांगू काही
परतल्या दिशा दाही
अनासक्त तरी
(डोळा अंजनाचे बोट)
धुके अफाट!
जुळायची होती नाती गतकाळातील
सांधतील का,
आता अवेळी हस्तांदोली?

शेतकरी नंबर वन

समरप्रसंगी असावी लागतात शस्त्रे सज्ज
'रात्रंदिन आम्हा युद्धाचा प्रसंग'
काळ वेळ पाहून चालत नसते
केव्हा काय घडेल, केव्हा पाऊस पडेल
भिजण्यासाठी असावे सज्ज
अंगणात हवे ध्यान
पडणाऱ्या पावसाची फुले झेलण्यासाठी
हवी चातक नजर
साक्षात्कार सांगून होत नाही
होतो तेव्हा
लगोलग हवे रुजत घालायला
पावसाळ्या आधी बीज
याला म्हणतात वेळेवर खेळ
सगळ्या कामात शेतकरी नंबर वन
नाती-गोती
विचार-नीती
रीती-रिवाज
घड्याळ कधी बिघडत नाही
उत्सवात सणावारात
घरादारात येऊन बसतो तो बहर

येतो तो वेळ साधून!
त्याच्या हातात
स्वागत त्याच्या डोळ्यात
ओसंडता आनंद
झुळझुळ पाटाच्या पाण्यात झुळमुळू!
असतो आनंद खळखळ पाण्यात, त्याच्या मनात
असतो म्हणून तो गुरू शेतकरी नंबर वन

ती कविता

आपल्या अफाट सामर्थ्याने
भुरळ पाडते ती
क्षणभर जीवनाचा हेतूच
विसरायला लावते ती
जीवन समृद्ध, प्रसन्न, धन्य करते ती कला
आणि
या धन्य जीवनाचा हेतूच विचारत
त्याचे क्षितिज विस्तारत
आगळी झळाळी आणूनही
त्याला फोलपटासारखे उडवणारे
वेडेपिसे सामर्थ्य देते
ती कविता!

वेदना

जग हे असे आहे,
आवरता आवरत नाही
सावरता सावरत नाही
असा जगाचा डोलारा वर वर डोकावणारा
खाली काही नसल्यासारखा आधारहीन!
डोल डोलून गतिमान आणि
हालता हालेना जाग्यावरून
असा स्थिर आणि असा अनंत
कुणाचे दु:ख, कुणाच्या वेदना
भरले डोळे कुणाचे, पुसायचे कुणाचे, कुणास आंजारायचे?
दु:खिताना गोंजारताना
काळोख घनदाट
आशेचा किरण कशाचे काय?
कुणी म्हणते, त्याचे ठीक आहे
माझ्या वेदनेला वाचा नाही
कशाची वाचा न कशाचे काय!
येथल्या वाचेलाच आहे वेदनेचा कंप
वीजेच्या गतीलाही आहे, आहे दु:खाची झळ
हरएक येतो, तोच मुळी वेदनेचा शब्द घेऊन
आणि वेदनाच सलत राहते
उपाशी उपाशी शब्दहीन

संवाद

खऱ्या खऱ्याची प्रतिमाच जोर
जिवाजिवाची जगतानाची तगमग
नितळ वास्तव प्रवाही
स्थितीगतीची सांधेजोड
गणितातील शून्य
माझे उत्तर
ठेवते जपून
म्हणून मी मुसाफिर रस्त्यावर
कसे वलयांकित कोंदणात
गुंफू शब्द शब्द
बरा वाद
माझा संवाद
साकारणाऱ्या विश्वाचा मला विश्वास
ओळी ओळी अभावशून्य
भाव आहे म्हणून

विधिलिखित

चाफा फुलतो, फुलतच राहाणार
कळ्या उमलतात, उमलतच राहाणार
पण हे असे आवरून घेतलेले फुलाने
खळाळता झरा आटला आहे
कारंज्यातला थुई थुई मोर
विरला आहे
विरत विरत धुक्यांत वाट विरत गेली
जग सारखे बदलते
नसते कालचे आजला
आजचे उद्याला असणार नाही!
जगायचे तर स्वीकारायला हवा
हा बदलाचा साक्षात्कार
'गड्या, ही पुन्हा न येईल वेळ'
यशवंतांच्या कवितेचे पारायण
विधिलिखित
अधोरेखित!

आठवणींचा पाऊस

घराची कौले पडली तरी
लावली जात होती
संबंधातली माणसे येत-जात होती
कौल लावायला हातभार लागत होता
इकडून अंगणात पाऊल ठेवताना
झाडे डुलत सावली देत होती
कौलातील पोकळीतसुद्धा
कचऱ्याकेरात माया होती, ऊब होती
हाक मारायला, बोलायला
लोक येत होते
मनात जाणवते याची किंमत
पण तरी माया उरत होती
आता सगळे रोखठोक
झरा झुरत होता आटण्याआधी
माणूस विरळ होत होते
आतून समजावे
कौले होती, वासे होते!
सावरायला हात होते
तोवर गावात जाण्यात अर्थ होता
आता इथेच इथेच...
आठवणींचा पाऊस आहे!

उंबरठा

कशाकरता रडलो होतो तेव्हा ?
नसतो रडलो तर
आजही रडलो असतो ?
उभारीने दगडातून
पाणी काढले असते नि
मातीतून सोने तर
ती उभारी नगर बनून
उंबरठा बनून
हात धरून बघत राहिलो असतो ना
दारात आपणच
आपणच उभारलेल्या
आम दुनियेकडे मिजासीने पाहत
पण रडलो ना तेव्हा
उंबरठ्याबाहेर पडण्यासाठी पडताना
'पोरा, आज कशाला रडतोस;
त्याच उंबरठ्यासाठी ?'
खऱ्या अर्थाने तेव्हाच रडलो ना
पण ओलांडला नव्हताच मी उंबरठा
लक्ष्मण रेषा !
आज रडतोय तो;
तोच उंबरठा ओलांडण्यासाठी !

रे बहुरूप्या

रे बहुरूप्या
येतोस गर्जत धोऽऽ धोऽऽ बरसत
चमचमाट थयथयाट
कधी झिरमिरी झिरमिळत
व्रतस्थ आसन घनघोर गंभीर
हुलकावण्या अल्लड
पांघरूण गुडूप थंड-गाढ झोप
पावसाळा हा स्वप्नात गोड
जाग येता उठतो तो
रे अवखळ्या, नसतोसच तू, नसतो तुझा मागमूस!
अंग थबथबलेले चिंब घामाने
रे काळतोंड्या, कुठायस तू?
करशील किती नखरे?
कधी आरंभशूर, कधी निरोपानिरोपी
कधी अवकाळी बिलगणे इथे तिथे याला त्याला
आधी का, घालवतोस वेळ ओसाड्या?
हैराण तेव्हा आम्ही बेजार
डोळे लावून वाटेवर तुझ्या येशील या
पूर्व रंग रंगवून जो गेलास तो गेलासच
असारे तुफान मनात
आहोळ परये नदी उसळून खळाळून इतका की

दर्याही म्हणतो नदीला 'थांब!'
तर हीच भरून पावलेली धरती भेगाळते तुझ्याविना
वाळवंटी दशा अशी की, दर्याही धावतो मृगजळापाठी
सागर, वारा, अवकाश, आभाळ
हुलकावण्या तुझ्या अशा तशा जीवघेण्या
रे, पावसा सोंगाड्या
सजवतोस रंजवतोस हजार रूपांत
लकब हजार मुद्रांत
आणि रडवतोस
काय आणि कसा वानू
एक डोळा आभाळात एक पाताळात
पाय भूमीवर भेगाळल्या घरात
अभ्यास, कामधंदा, उदीम
सगळी जगण्याची धडपड
या तुझ्या पडलेल्या उजेडात, घरात
बिजली तारेतून किमया न्यारी
प्रतिमा प्रतिमा साकारायची
हसऱ्या तालासुरात
रे, पावसा बहुरूप्या
आमच्या अंगांत शिरून घुमतोस असा
किती तुझ्या तऱ्हा
किती वानू सृष्टी तुझ्या?

संवेदन पक्षी

पक्षी संवेदनांचे अवतीभवती
अंतराळात उडतात तेव्हा
उजाडलेले
पिवळ्या सोनेरी यानातून
विश्वाचा पसारा विहंगम
तरंगताना हवेवर लहरत लहरत हिंदोली
चांदण चांदण्या थरकत
थरकत अवनीवरी
पंख पसरलेले संवेदन पक्षी
उडत उडत येऊन बासतात तेव्हा असते
अंधाराला पांघरून सृष्टी
आतून कधी तरी संवेदनाच कामाविना
मुडपून सुन्न कोशात
तरारलेले आभाळ जरी
कसले बंधन असे वैरणात गुंतवून
प्रश्न घेऊन हा मोठा
आभाळी अंतराळी
असे पक्षी संवेदनांचे अवतीभवती
सांजावलेले या वेळी उनमनस्क
ही कुठली वेदना ?
अस्वस्थ अस्वस्थ तरी
स्थिर एके जागी सुन्न ?

एकत्र गुंफुनी

मला काय समजले, उमजले?
दिवसाच्या स्वप्नांना रात्रीचा आधार!
हलके वाटणारे ओझे रूढींचे
जड भारी यज्ञोपवित
पिढ्यानुपिढ्यांचे करकचून भिनलेले अंगात
नाही भरवसा अंगाचा
एकच नशीब सर्वांचे जर
राखत बसलो अचेतनाला या तर
जन्मजात अलगतेच्या जळमटात कशास?
सोलून काढावे अवघे अंग
फुटावा अंकुर तुझ्या माझ्यात हा अभेद!
वाहवा! या अंकुरल्या माळावर
पुन्हा पुन्हा
एक समयावच्छेदेकरून
सळ सळ सुवास!
'एकत्र गुंफुनी जीवित धागे'

अस्मिता

संवेदनांचे वरदान देऊन
कसा संवेदनाहीन झालो देवा ?
शापच हा तर
हवा होता लखलखत्या तलवारीवर
ढळढळीत दिवा
वावरतो डोक्यावर घेऊन ओझे
असत पोकळीचे मोठाल्या
प्रतिकाराचे हे भान कसे, कशासाठी
म्यानात गंजलेल्या तलवारींच्या
असंख्य खुणा सोसल्याच्या
फक्त दृगोच्चर माझ्या ढालीवर
ती भुते वारता वारता डसतातही
शून्यावर शून्ये डाचतात
दे उमर उजाडल्यावर
शलिंदराचे दे शरीर काट्यांसकट प्रकाशण्यास्तव
वारूळात दडलेली अस्मिता घट्ट अंधारात
उफाळू दे उमाळून अस्तित्वासाठी
खऱ्या खुऱ्या स्वत्वासाठी

स्थान

आपले अस्तित्व मनावर आहे अवलंबून
परिस्थितीवर, अनुभवांवरही आहे
तुमच्या तर्क करण्याच्या शक्तीवर आहे
आनुवांशिकतेवर आहे
सगळ्यात म्हणजे तुमच्या ऐकण्याच्या शक्तीवर आहे
गुरुवाचुनी नाही दूजा कोणी घडवता
या साक्षात्कारावरही आहे
थोडक्यात 'अहं' सोडण्यावर आहे
शरणतेवर आहे
खूप खूप दूरचे पाहण्याच्या दृष्टीवरही आहे
आहे परिणामांच्या चिंतनावर
वास्तवातले आपले स्थान ओळखण्यावर
आहे अवलंबून आपले स्थान

चाल आणि मान

ताठ मानेने चालतात
त्यांचे रस्ते सपाट
लखख प्रकाश
काळोख रात्री दाट सावली
फुलझड पावलोपावली
वेड्या रानवाटा
अंधार कोसळत असतो
सापवेटोळी पानगळ सोसत
पायचाळण काटे काढत चाल चालतो
आकाश पेलत मान तोलत
मिजास वागवत दुबळ्या खांद्यावर
पचवण्याची आकाश दु:ख
सर्वांना सर्व हवे रे
भूक मरते रे भूक मरते
मरताना बघून भुकेल्यांना
भुकेले भुकांचे दास
आसरा तुटलेले न्यायवंचित,
आकाश फाटलेले
रस्ते नसतात सगळ्यांसाठी
मग वाटा लागतात वाटेला लागलेल्यांना

शरमतात माना
त्यांचे हात धरण्याची
ताकद अजमावत चालतो तेव्हा
माना वाकतात, लडबडतात पाय
रस्ते नसतात आमच्यासाठी सपाट कधीच
कधीच नसतो प्रकाश; रस्त्यांपुरता रस्त्यावर
आकाश पोटात सामावण्याची जिद्द पेलत
असतो तेव्हा खुश बेभान
वाकली तरी बेहत्तर मान
वाकली तरी नाही रे मान
तरी वाकली नाही मान

दिवा आपुला

सूर्य फिरती, चंद्र फिरती
हे तर दिसतेच, गर गर भवती
आणि चांदण्या तशाच मार्गी, हे अनुमानी
दिवसालाही उठता यावे
निजल्यानंतर
आकाशाने अंगण व्हावे
स्वप्नफुलांचे
दिवसासुद्धा भासमान जे
तरीही फिरणे
फिरणे गरगर
चित्र पाहावे दिशा दिशांनी
पुरती ओंजळ प्यावे पाणी
आणि उरावे आरामास्तव
जीवन नकळत दुजास लाभे
उगा आव हा,
समज होऊनी
प्रकाश आपुला
नच तोलावा चंद्र होऊनी सूर्य होऊनी
दिवा आपुला आपुल्यासाठी तेवण्यातला!

ओझे

चैतन्याच्या डोळ्यांनी सगळेच कवटाळू बघतो, पण
'माझे माझे भ्रांतीचे ओझे!'
अचेतनाला चेतनेचा आरोप करून तरंगताना
त्याचे ओझे होते, तेव्हा मीच पडतो भुईसपाट
उलट्या तंगड्या, वासलेले तोंड, पसरलेले हात
मातीचे असतात, पण
घेतला तेवढाच सुगंध घेता येत नाही का?
विरलेले, विरलेल्या नि विरणाऱ्यांसाठी
पाकळ्यांना हवेमध्ये वायूच्या विमानात बसवण्याचा
अट्टाहास कळत नाही का जीवघेणा?
कुरवाळायचे तर जरूर कुरवाळावे सूर्यकिरणांसारखे
पण तापहीन स्पर्श देतो म्हटले तर,
सूर्याचे सूर्यपण राहावे, याचे जर भान ठेवशील
तर या मातीत जगशील!

आज एकाकी

आज एकाएकी अशी आली तुझी आठवण
तुझ्या वियोगे मी आई तुज परका परका
तुझे साधेपण आणि माया भाबडी उराशी
दूर दूर फिरे असा हाच वारसा घेऊनी
आकाशाचा वेध आई एवढाच ध्यास उरी
होऊनिया आई मीच जगाते उद्धरावे
सखीत मी पाही आई आईपण तुझे
परि राहून राहून वाटे आता यावे तुझ्यापाशी
आणि सखीसवे पहुडावे वाटे तुझ्या मांडीवरी
आज एकाएकी अशी आली तुझी आठवण

नशीब

मला तुझ्याशी धड बोलताच येत नाही
तुझी आसपास चाहूल लागताच
माझे सगळे चैतन्यच गळून पडते
तर तुझ्याशी बोलताना, अर्धवट सारेच
बोलायला हवे तेच मुळी वाहून जाते
दुर्दैवी?
आणि सुटलेले क्षणच
मला जखडून टाकतात
वेडापिसा
शहाण्यासारखे जगायला जातो,
आणि मूर्खांसारखे मरण जगतो!

केवढे जग अफाट!

बुरख्या आत नाती,
व्यवहारसुद्धा! केवढे जग सामावलेले!
व्यक्तिमत्त्वे
लहान मोठी आडवी तिडवी
सरळसोट ऐसपैस सावरलेली साकारलेली
आत आत बुरख्याआड
एरवी स्त्री एवढी ओळख एवढीच
बुरखाधारीची बुरख्यावरून!

आपसूक

मनात विचार असतील
भावावस्था असेल
तरच काही शब्दांत उतरेल
असे नसेल तर कुठून येणार शब्द
कुठून येणार गाणे?
आणि
गाण्याच्या त्या लयीत नाच?
ही कविता साधी, भोळी, सरळ
नाही अलंकार, नाही रचनेचा सोस
नाही सोस गाण्यातून येण्याचा!
हे बीज असे की
आले रुजून भुईवरती
सहज सहज आपसूक
डोळे मिटून चिंतनाच्या खोल गाभाऱ्यात एकांती
सौंदर्यानुभव एकाग्रतेत घेते ही कविता

ऊर धपापा

हाती नसता ओढ कशाची
भास मनाला ध्यास कशाचा?
की मृगजळ हे...
अशीच धावाधाव कशाला?
ऊर धपापा...
माझ्यासाठी
कोणासाठी?
बसुनीसुद्धा स्थिर जाग्यावर
चुकली नाही
कुरतडणारी पोखरणारी
ही बेचैनी
ऊर धपापा
धाव कशाला?

माउली

माउली म्हणजे
अवघे आभाळ
भरून येते जेव्हा
तेव्हाचे
माउली म्हणजे
खळाळ ओघ
अंतरात भेट
सुखाची पखरण
हरएक गोष्टीत तिच्या
तृप्ती उल्हास
माउली म्हणजे
'अवघ्या अभाग्यांचे अश्रू
उभे आमच्या डोळ्यात'
अशी आई
माउली माय
नाही जिच्यात
प्रपंचभाव-प्रपंच भेद!

घर अंधारात

पाठीवरला संसार आता
घर एकटे अंधारात माझे
गावात
काळ सांगतो
पिढ्या न् पिढ्यांचे ते घर
तेच तर घर आपले...
घर माझे एकांती अंधारात
काळ तुटला नाळ तुटली साहवत नाही
बेचैन बेचैनी उरात
ठेवता येत नाही नातेऽऽ
तुटते आतडे
घर माझे एकटे अंधारात!
पाठीवरला संसार आत्ता

आभाळ मनात

कितीतरी दाटून येते आभाळ
केव्हाही ढगफुटी
दाटलेल्या मनात
लांबवर पसरलेल्या लहरी हिरवाईवर
दाटल्या मनात
उजाडता उजाडता डोंगरी क्षितिजावर
पाहतो उडताना तकतकीत पाखरांना
कोरड्या विरत्या ढगांच्या रंगीत पडद्यावर
कितीतरी दाटून येते आभाळ मनात

ते आकाश

हवेत असताना
आकाश उफाळताना
पाऊल पडताना धरेवर आज
केवढ्या स्वप्नात होतो मी बुडून
ते आकाश भ्रमाचे वितळले
कोणी नव्हते तेव्हा
उगाच मागे पुढे इकडे-तिकडे
सपाट या भूमीवरती
आज चाललो एकटा शहाणा!

अवघड वाट

चांदण्यात ओले उगवले ऊन श्रावणातले
आज उन्हाच्या झळा भाजत्या
काळोखातली रात लाट धुऊन गेली त्या झळा
श्रावणातले चांदण ऊन मनात
समोर आणि चालायाची अवघड वाट
पोळत पाय
खारट पाणी अंगावर सोलून गेलेल्या
चालायची वाट अवघड अशीच अशी
घाव अकल्पित काळीज चाळण
पोटामध्ये आणिक खड्डा !

नाद

सुप्तावस्थेत ध्वनी असायला हवा
छेडला तर नाद यायला
नसलाच तो जर तसा
तर येणार कुठून नाद?
करून कितीही आघात
साद घालून कितीही
येणार कुठून प्रतिसाद?
संकट उभे मोडून पडल्याचे!

नाती

दिवसभर चालून येतो
एका गाव वेशीवर
नात्यांचा अर्थ लावत
नाती शोधत
नाती नसतात कधीच
ती आपणच मिळवायची
आपणच सांभाळायची
ओसाड वाड्यात आत्ता शोधतो नाती
दिवस मावळलेला
काळोखात डुबलेला

विकास

दलदलीच्या खाजणातही
विकासकांना दिसते
सुवर्ण नगरी
नदी किनारी निसर्ग सान्निध
जमीन तुकडा
भाव हिऱ्याचा
खाऊन जातो
भू-पुत्राला कधी न उमजले
अपुले जगणे
जोवर पाऊल
शिरी न पडले
या दैत्यांचे
या दैत्यांनी
पणा लावली वसुंधरेला
नजर तयांची वखवखलेली
पोटे त्यांची कधी न भरली

इझम

'बालपणीचा काळ सुखाचा
आठवतो घडी घडी'
आपल्या संस्कृतीचा इतिहास अफाट
चहुअंगांनी विस्तारलेला
प्रेरणादायी अभिमानाचा!
'रम्य ते बालपण'
फक्त आठवणीत रमण्याचे
आपले स्वप्नातील जग उभारू पाहात आहोत त्यास्तव
टाकतो आहोत पुसून इतिहास नको असलेला
टक्करणारा आपल्या इझमशी
इतिहासाच्या पानांवरून पाहता
इतिहास सांगतो
कुठलाच इझम टिकला नाही कालौघात!

वस्तीत

भिंतीपलीकडील वस्तीत
तीच तीच कामे करत असतात बायका
पुरुष काही कामावर
काही बाहेर चौकात
म्हातारे-कोतारे बसलेले इथे-तिथे
पिचकाऱ्या टाकत तंबाखूच्या
काही असतात पिरंगत इकडे-तिकडे
पोरे खेळत बागडत असतात
बोळकांडीतून बोळकांडीकडे
कोरड्या तशाच दलदल चिखल पाण्यातून
बायकांचा वावर तिथेच
धुणी-भांडी आंघोळी-पांघोळी
पाणी तापवणे चुलाणावर
पाणी भरणे वापरणे
मधेच डाफरणे पोरांवर
त्यातही वावर फेरीवाल्यांचा आल्या-गेल्यांचा
चाललेले असतात त्यांच्याशीही व्यवहार देव-घेवीचे
कुणी जातात लगबगीने कामावर त्यातून
टीचर्स, नर्स, क्लार्क, विद्यार्थी युनिफॉर्मवाले
प्रत्येकाचा प्रत्येक मूड अलग
असतो तोरा काहींचा, शालीनता असते काहींची

कधी असतात छोटे-मोठे सण, उत्सव, कार्यक्रम
बारशी वाढदिवसांचे
अशावेळी बसवत असतात कांठाळे डीजे
मिरवत असतात बायका पोरीबाळी नटूनथटून
कलकलाट गोंधळ गडबड घोटाळा
डीजेच्या आवाजात कर्कश्य
असतात थिरकत पोरे-टोरे शरीर घुसळवत
बापये असतात हात-पाय हलवत बसल्या जागी
कार्यकर्त्यांच्या लगबगीत
डाफरतही असतात बायका पोरट्यांना
सांभाळत कडेवर बालबच्चे
सकाळपासून रात्रीपर्यंत तीच तीच कामे
चुकत नसतात अशी
बाया-बापड्यांची!

कोसळलेल्या अफगाणात

ना घर ना दार
ना आसरा ना छप्पर
पायाखाली जमीन ज्वालामुखीने खदखदलेली
वरती आभाळ धूसर धूसर
दिशाहीन चालणे धडधड तडतड
तहानेने सोऽऽक घशात
पोटात भुकेचा आगडोंब
नित्याचे झाले सोसणे हे
वणवण वखवख पोटांसाठी
भय पाठीशी उभे राक्षसी
पळापळ जीवाच्या आकांताने
आगीतून फुफाट्याकडे
जगण्यासाठी मुक्त उद्याच्या
स्वप्न उराशी बाळगत पोरे भटकतात
धावाधाव उष्ट्या-पाष्ट्या अन्नासाठी त्यांची
उकिरड्यावरच्या
पाण्यासाठी वणवण कुठे कुठे म्हणून
जाळ पोटातला शमवण्यासाठी
अशी वाटेला लागलेली पोरे
जगणे शोधत इथे-तिथे फिरतात अफगाणात
पोरी भटकतात सैरावैरा

कपडे मुलांचे घालून लपवत बाईपण
होरपळत युद्धाच्या खाईत मरणे टाळत
मुलांसोबत वणवणतात
जिवंत मरणे सोसत
कोसळलेल्या अफगाणात
धर्मांध जुलमी राजवटीत
माणूसपण हरवलेल्या
तालिबानी अतिरेकी दहशतीत
कोसळलेल्या अफगाणात

परमेश्वर

मला परमेश्वर भेटला तेव्हा
तो टाळ्यांच्या गजरातून
अवतरलेला
'असाध्य ते साध्य करिता सायास
कारण अभ्यास तुका म्हणे'
भेटला तो तेव्हा
अभ्यासात तुला भेटलेल्या जिव्हाळ्यात
आणि
'झेंडा हाती तुझ्या यशाचा
हिमशिखरावर'
चाललेला घोष जयजयकार...
नामाचा तव
भेटला तेव्हा तिथे परमेश्वर
हाता-पायांनी
तना-मनानी
सोसलेल्या असह्य
गुदमरवून टाकणाऱ्या वेदनातून
फुललेल्या रे फुला,
आमच्या डोळ्यातून

प्रफुल्लित
ओघळलेल्या मोत्यांची माळ तुला
बक्षीस!
झेंडा हाती तुझ्या यशाचा
हिमशिखरावर
जय जयकार तव नामाचा
मला भेटला परमेश्वर तेव्हा
तो टाळ्यांच्या गजरातून
अवतरलेला!

वृक्ष

याचे घर म्हणजे एक झाड होते
आत मायेचा ओलावा होता
उन्हातान्हातून काट्याकुट्यातून
फिरताना सावलीचा गारवा होता
घर, वास्तू, गावठाण संस्कृती
घर, छत्र, माय-माऊली
भाऊ-भावंडे सगळा गजबज वागवत
वटवृक्ष पिंपळवृक्ष उभे होते सावरत
गावठाण संस्कृती हातपाय पसरलेली
गावठाणाबाहेरही
आम्ही कसे कुठून आलो या संपर्कात
खिळून राहिलो
कालांतराने सगळे बदलत गेले
आमचे प्रत्यक्ष जाणे-येणेही राहिले दूर
असे झाले तरी वाऱ्या आमच्या चालू असतात
मनातल्या मनात!
चालू राहणार आहेत
या वाऱ्या
मनातल्या मनात!
पायऱ्या, ओटा, माजघर, जिना

गजबज अजून किलबिलत असते
मनातल्या मनात!
आम्ही दूर घर सोडून आल्यावर
घरपण अनुभवत होतो
या माझ्या मित्राच्या घरात
अनुभवांच्या चवी अजुनी कशा ताज्या
जिव्हेवरती आहेत रेंगाळत
असा वृक्ष तुटला तरी
तुटणार नाही मनातून!

लघुकविता

आठवण

छत्री उघडली की
मला आठवण येते ती तुझी
तास न् तास गप्पांची
भर पावसात

कविता

कविता आपली
आपल्यासाठी असते
कल्पनेच्या नावेतून
विहरणारी सर्वत्र
आकाशभर

फुलत फुलत

लांब जहाली स्वप्नभूमी ती
स्वप्ने आता ओसरली
बाग कशाची फुले कशाची
खुंटलीच ही वाट अशी
कवळुनी आभाळाला ना दुःख मनी
फुलत फुलत मी राही

साज

क्षण क्षण आनंदले
कण कण कमावले
माझ्या त्या कणाकणांची माळ
आज डोळ्यांसमोरी
साज क्षणाक्षणांना
झपाटुनी मी क्षणोक्षणी

जाळी बांधून तोंडाला

जाळी बांधून तोंडाला
बांधला बैल दाव्याला
आणि त्याला काठीने
झोड झोड झोडला
राग डोंब सगळा शांत झाला
बिचारा बैल शेतात चरला!

मुंबईला आलो

मुंबईला आलो आणि
गुलामीच सुरू झाली
आता मुंबई सुटत नाही
गुलामी हटत नाही

मुसकट असे दाबलेले

तोंड दाबून बुक्क्यांचा मार...
उरी पोटीचे दाबू किती
सांगू किती आणि काय कसे?
मुसकट असे दाबलेले

शब्दांत

ते दिवस क्षणोक्षणी
सापडतात, निसटतात
धरता येत नाहीत
शब्दांत!

दरदरला घाम

दरदरला घाम
गेला उन्हात वाळून
झाले मोतीं त्याचे
गेले उजळून
उजेड त्यांचा
भलत्याच घरात!

फुले

पावसाळा फुलवतो फुले पाण्यावर
फुलवतो फुले जमिनीवर
पावसाळा सोडतो पाण्यात फुले
वाहत्या गंगेत
माणसाला फुलवावी लागतात
फुले जमिनीवर
पावसाचा मूड बघून !

बोलताना

गावाला जातो तेव्हा
अंगणात अवतीभवती बघताना
झाडांशी बोलताना
काळीज येते दाटून असे
असे काही दिसते
असे काही भिडते
एरवी लुप्त कुठे असते?

थापाड्या

एक कवी बाजारात गेला
आणि वेडा होऊन घरी आला
एक घरंदाज कूळ बाजारात गेले
आणि सगळे हरवून घरी आले
एक थापाड्या बाजारात गेला
आणि घरी कधी आला नाही!

आपुले आपण

आपुले आपण श्रोता आणि वक्ता
आपुला संवाद आपणाशी
वेली अन् झाडे, फळे आणि फुले
गंधवारा व्हावे आपणची
आभाळ हे उभे निळे काठावरी
पडावी दर्यामिठी आपुलीची!

कवीचा परिचय

गोविंद अनंत कुळकर्णी

जन्मठिकाण	: मु. पो. फुणगूस, ता. संगमेश्वर, जिल्हा रत्नागिरी
जन्मतारीख	: १५ मार्च १९३८
शिक्षण	: एम.ए. मराठी, संस्कृत, बी.लिब. एस्सी. मुंबई विद्यापीठ
व्यवसाय	: 'चेंबूर एज्युकेशन सोसायटी'च्या चेंबूर हायस्कूलमध्ये ग्रंथपालाची छत्तीस वर्षांहून अधिक काळ नोकरी. 'चेंबूर हायर सेकंडरी कॉलेज', 'चेंबूर एज्युकेशन सोसायटी'चे बी.एड. कॉलेज या दोन्ही ठिकाणी काही वर्षे ग्रंथपालाची अर्धवेळ नोकरी.
अधिक माहिती	: 'चेंबूर एज्युकेशन सोसायटी'च्या 'चेंबूर हायस्कूल'चे माजी विद्यार्थी असल्यामुळे माजी विद्यार्थी संघटनेचे क्रियाशील कार्यकर्ता म्हणून काम. 'मुंबई माध्यमिक शाळा ग्रंथपाल संघटने'त कार्यकर्ता आणि उपाध्यक्ष म्हणून काम.
छंद आणि आवड	: वाचन, लेखन, नाटक, लोककला पाहणे आणि संगीत ऐकणे.
नोंद	: १९५६-५७चा 'आदर्श विद्यार्थी' म्हणून चेंबूर हायस्कूलची फिरती ढाल मिळाली. एस. आय. इ. एस. कॉलेज मॅगॅझिनमधील लेखनाला 'बेस्ट कॉन्ट्रिब्युशन' पारितोषिक मिळाले. 'फुणगूस नाट्य मंडळ' आणि 'मुंबई माध्यमिक शाळा ग्रंथपाल संघटने'च्या स्मरणिकेचे संपादक म्हणून काम केले. सन १९७० च्या दशकांत काही नवोदित नियतकालिकांमध्ये लेख आणि कविता प्रसिद्ध झाल्या.

पुस्तक प्रकाशित करणं झालं सोपं

अर्थात

#AnyoneCanPublish

अंतर्गत प्रकाशित झालेली पुस्तकं

अ.क्र.	पुस्तकाचे नाव	लेखकाचे नाव	विषय/ कॅटेगरी	किंमत
१.	पौर्णिमेच्या कथा	चिंतामणी देशपांडे	ललित	१३०/-
२.	मनाच्या आरश्यात	प्रिया खैरे पाटील	ललित	२४०/-
३.	दृष्टी	कांचन शेंडे	ललित	१९०/-
४.	चित्रकर्मी	आशिष निनगुरकर	ललित	२९९/-
५.	माझी भटकंती	दिलीप वैद्य	ललित	१५०/-
६.	कृष्णं वंदे जगद्गुरूम	श्यामसुंदर राठी	ललित	१९९/-
७.	केशव-लक्ष्मी कृपा	राधिका श्रीराम घोरपडे	ललित	१३०/-
८.	गंधाळलेली फुले	यशवंत पाटील	ललित	१९०/-
९.	भवताल	मनीषा आवेकर	ललित	१८०/-
१०.	अभिनयांकित	जयश्री दानवे	ललित	२५०/-
११.	फुलांच्या दुनियेत	मृणाल तुळपुळे	ललित	१७०/-
१२.	मुरडण	बालाजी मदन इंगळे	ललित	१३०/-
१३.	कवडसे	डॉ. अरविंद वैद्य	ललित	३५०/-
१४.	राम तोचि विठ्ठल	शीला देशमुख	ललित	१५०/-
१५.	भावबंध	मोहन सरडे	ललित	१७०/-
१६.	फुलबाग	सुरेश गर्जे	ललित	१२०/-
१७.	पैसा, पैसा आणि पैसा	सुरेश गर्जे	ललित	१७०/-
१८.	भारतभर सायकलभ्रमण	दत्तात्रय मेहेंदळे	ललित	३७०/-
१९.	आहे सुगम तरी...	विजय श्रोत्रिय	ललित	२२०/-
२०.	हे जीवन सुंदर आहे	मंगेश चौधरी	ललित	२५०/-
२१.	'च' कशाचा	अरुंधती लोंढे	ललित	१८०/-
२२.	मनतरंग	प्रिया खैरे पाटील	कविता	१३०/-
२३.	आत्मसंवाद	रमेश राठोड	कविता	१३०/-

२४.	साद	पुष्पा तारे	कविता	१६०/-
२५.	वाट चालता चालता	पुष्पा सराफ, रोशनी सराफ, नक्षत्रा सराफ	कविता	१३०/-
२६.	पाऊलवाटेवर चालताना	सुचेता अवसरे	कविता	१३०/-
२७.	बापा तुझं आभाळ	हनुमंत भवारी	कविता	१३०/-
२८.	प्रपात	प्रणव लेले	कविता	१२५/-
२९.	बासरी	किरण वेताळ	कविता	१२५/-
३०.	भरून येणाऱ्या डोळ्यांतून	अरुणकुमार जोशी	कविता	१२०/-
३१.	An Eternal	Dr. Arjun Shirsath	कविता	140/-
३२.	चैत्रपालवी	चैत्राली कुळकर्णी	कविता	१८०/-
३३.	काट्यातले मोरपीस	अरुण कटारे	कविता	१८०/-
३४.	पालवी	काशीराम बोर	कविता	१३०/-
३५.	अंतरंग सावल्यांचे	सदाशिव शेंडे	कविता	१९०/-
३६.	कोवळी पाने	संदीप काळे	कविता	१२५/-
३७.	सप्रेम	अर्जुन शिरसाठ	कविता	१४०/-
३८.	साष्टांग	अर्जुन शिरसाठ	कविता	१४०/-
३९.	माणूस म्हणून जगा	उदय माळगावकर	कविता	२६०/-
४०.	जीवन प्रवाह	दीपक भोजराज	कविता	२६०/-
४१.	मुक्तछंद	डॉ. स्मिता झंवर	कविता	१२०/-
४२.	काव्यसुधा	प्रकाश निर्मळे	कविता	१२०/-
४३.	तळ धुंडाळताना	ज्योती जोशी	कविता	२५०/-
४४.	नेत्र हवे मज	गोविंद कुळकर्णी	कविता	१९९/-
४५.	स्वर व्यंजनी	प्रसाद पाठारे	बालकविता	१२०/-
४६.	बाकी काही नाही	किरण वेताळ	कविता	१९९/-
४७.	उतरंड	उत्तमा पेठकर	कविता	१६९/-
४८.	रुपक कथा	शशांक देव	कथा	९९/-
४९.	मोलाची ठेव	कृष्णा पाटील	कथा	२२८/-
५०.	छोड अकेला फिर जाओ	उर्मी रुमी	कथा	१७०/-
५१.	धूमधडाका	मयूरेश कुलकर्णी	कथा	२३०/-
५२.	ठिकरीची फोडणी	अशोक कांबळे	कथा	१९०/-
५३.	वाटणी	कृष्णा पाटील	कथा	२५०/-

५४.	कर्मफल	काशीराम बोरे	कथा	१८०/-
५५.	गंधाळलेली फुले	प्रा.डॉ.यशवंत पाटील	कथा	१९०/-
५६.	गढीवरच्या आईसाहेब	प्रा.डॉ. यशवंत पाटील	कादंबरी	१५०/-
५७.	द्रौपदीबाई पठाण	प्रिया गोगावले-विखे	कादंबरी	१६०/-
५८.	रुबाब	अमोल सोंडकर	कादंबरी	१४०/-
५९.	घेरं	वासुदेव डहाके	कादंबरी	६७०/-
६०.	होम मिनिस्टर	युवराज कोरे	कादंबरी	१८०/-
६१.	तडजोड	निवृत्ती जोरी	कादंबरी	४९९/-
६२.	एक होती यशोदा	सुनील पांडे	कादंबरी	१२५/-
६३.	व्यक्तिमत्त्व विकासाचा कोलाज	विनोद बिडवाईक	सेल्फ हेल्प	२००/-
६४.	स्वयंविकासाची स्वयंप्रेरणा	विनोद बिडवाईक	सेल्फ हेल्प	२२०/-
६५.	शिवसूत्र	योगेश क्षत्रिय	सेल्फ हेल्प	२९०/-
६६.	Vitality in human resource	Vinod Bidvaik	सेल्फ हेल्प	299/-
६७.	Holistic approach	Vinod Bidvaik	सेल्फ हेल्प	120/-
६८.	महासत्तेच्या वाटेवर	युवराज कोरे	माहितीपर	१४०/-
६९.	इंडिया डायरी	प्रमोद देशपांडे	माहितीपर	२००/-
७०.	India Dairy	Pramod Deshpande (English)	माहितीपर	240/-
७१.	कचराकोंडी ते पंधरा कोटी	सतीश वैजापूरकर	माहितीपर	१८०/-
७२.	रेन वॉटर हारवेस्टींग	प्रवीण खांडवे	माहितीपर	१९९/-
७३.	ईशोपनिषद	सुरेश गर्जे	अध्यात्म	१५०/-
७४.	रामराज्य	सुरेश गर्जे	अध्यात्म	१७०/-
७५.	तुका आकाशाएवढा	सुरेश गर्जे	अध्यात्म	२२०/-
७६	Unalome	Shweta Bharati	अध्यात्म	250/-
७७.	दिव्य प्रवचनामृत	रविंद्र कांबळे	अध्यात्म	१४००/-
७८.	शिंपल्यातील मोती	अंजना चौगुले-चावरे	चरित्र	१९९/-
७९.	विवेकवेल	वसंत गायकवाड	चरित्र	४९९/-
८०.	Karmaveer Bhaurao Patil : Life and work of a rebel	Bharat Kavathekar	चरित्र	190/-

८१.	द जेनेटिक वेडिंग रिंग	मंदार मुंडले	नाटक	९९/-
८२.	The genetic wedding ring	Mandar Mundale	नाटक	99/-
८३.	महाविनाशाची पदचिन्हे	भाऊराव मुळे	नाटक	४९९/-
८४.	कोकणचे पारंपरिक खेळे	गोविंद कुळकर्णी	नाटक	२३०/-
८५.	प्रवासातून प्रबोधन	श्रीराम भास्करवार	प्रवासवर्णन	१९०/-
८६.	माझा युरोप प्रवास	अशोक केसरकर	प्रवासवर्णन	२८०/-
८७.	लंडन डायरी	रूपाली पाटील-मिरासदार	प्रवास	२२५/-
८८.	गिर्यारोहण	विजय देवधर	प्रवास	१५०/-
८९.	ओवीरूप भगवद्गीता	आर. जी. पाटील	तत्त्वज्ञान	८७०/-
९०.	ऋग्वेद अर्थसार	बापू कुंभार	तत्त्वज्ञान	४७०/-
९१.	आरोग्यधाम	बी. के. तेली (चौधरी)	आरोग्य	१५०/-
९२.	एक कण आयुर्वेदाचा	वैद्य रमा खटावकर	वैद्यकीय	२९९/-
९३.	Andra Recipe	Vijaya Lakshmi	पाककला	990/-
९४.	संपूर्ण दीपरामायण	दीपक करंदीकर	महाकाव्य	१४९९/-
९५.	भुकेलेल्या देशाची कृषि महासत्तेकडे वाटचाल	अनिल शिंदे	सामाजिक	२६०/-
९६.	'जागृती'तून जागृतीकडे	जयश्री काळे	सामाजिक	३८०/-
९७.	We are the quarry, fate is the Hunter	Prasad & Shubhada Godbole	Non-fiction	299/-
९८.	Rede an Das Gewissen	Dr. Rajendra Padture	Spiritual (Translation)	499/-
९९.	Incremental learning of Electricity Smart Meter Data	Archana Y. Chaudhari Preeti Mulay	टेक्निकल	850/-
१००.	अक्षर ओळख	ज्योत्स्ना पास्ते	शैक्षणिक	१९९/-

पुस्तक खरेदीसाठी संपर्क : ८८८८८४९०५०

पुस्तके ऑनलाइन उपलब्ध

amazon.in / flipkart/ https://sakalpublications.com